Impressum
Verlag: BABADADA GmbH, Nedderfeld 112 , 22529 Hamburg
Geschäftsführer / Verlagsleitung: Harald Hof
Druck: Books on Demand GmbH, In de Tarpen 42, 22848 Norderstedt

Imprint
Publisher: BABADADA GmbH, Nedderfeld 112 , 22529 Hamburg, Germany
Managing Director / Publishing direction: Harald Hof
Print: Books on Demand GmbH, In de Tarpen 42, 22848 Norderstedt

除
kugawanya

黑板
ubao

教室
sajili

校园
eneo la shule

老师
mwalimu

纸
karatasi

书写
kuandika

钢笔
kalamu

办公桌
dawati

直尺
rula

书
kitabu

学生
mwanafunzi

书包

mkoba

铅笔盒

kikasha cha penseli

铅笔

penseli

卷笔刀

kichonga penseli

橡皮擦

mpira

画板

pedi ya kuchora

图画

uchoraji

画笔

brashi ya rangi

颜料盒

sanduku la rangi

剪刀

mkasi

胶水

gundi

练习册

daftari

家庭作业

kazi ya nyumbani

12

数字

nambari

2+2

加

jumlisha

5-2

减

ondoa

2×2

乘

zidisha

计算

kokotoa

A

字母

barua

ABCDEFG HIJKLMN OPQRSTU VWXYZ

字母表

alfabeti

字

neno

课文

maandishi

读

kusoma

粉笔

chaki

上课

somo

登记

sajili

考试

uchunguzi

证书

cheti

校服

sare za shule

教育

elimu

百科全书

elezo

大学

chuo kikuu

显微镜

darubini

地图

ramani

废纸筐

kikapu cha kuweka karatasi chafu

酒店
hoteli

青年旅社
hosteli

外币兑换处
ofisi ya ubadilishanaji

手提箱
sanduku

汽车
gari

语言

lugha

是/否

ndiyo / la

好的

sawa

您好

hujambo

翻译员

mtafsiri

谢谢

Asante

……多少钱？

kiasi gani ni ...?

我不明白

Sielewi

问题

tatizo

晚上好！

Jioni njema!

早上好！

Habari za asubuhi!

晚安！

Usiku mwema!

再见

kwa heri

方向

mwelekeo

行李

mizigo

包

mfuko

双肩包

shanta

客人

mgeni

房间

chumba

睡袋

begi la kulalia

帐篷

hema

旅游信息

taarifa ya utalii

海滩

ufuo

信用卡

kadi

早餐

kifunguakinywa

午餐

chakula cha mchana

晚餐

chakula cha jioni

票

tiketi

电梯

kuinua

邮票

muhuri

边界

mpaka

海关

mila

大使馆

ubalozi

签证

visa

护照

pasipoti

飞机
ndege

船
meli

消防车
injini ya moto

公交车
basi

卡车
lori

汽艇
motaboti

自行车
baiskeli

汽车
gari

摆渡船

feri

小船

mashua

摩托车

pikipiki

警车

gari la polisi

赛车

gari la mashindano

租车

gari la kukodisha

拼车
kushiriki gari

拖车
lori la kuvuta

垃圾车
ukusanyaji taka

发动机
motor

汽油
mafuta

加油站
kituo cha mafuta

交通标志
ishara trafiki

交通
trafiki

交通堵塞
msongamano

停车场
maegesho

火车站
kituo cha treni

轨道
reli

火车
garimoshi

电车
tremu

货车
gari la mizigo

交通运输 - usafiri

9

直升机

helikopta

机场

uwanja wa ndege

塔

mnara

乘客

abiria

集装箱

chombo

纸板箱

katoni

手推车

mkokoteni

篮子

kikapu

起飞/降落

ondoka

城市

jiji

村庄

kijiji

市中心

katikati ya jiji

房子

nyumba

电影院
sinema

广告
tangazo

路灯
taa za mitaani

街道
barabara

出租车
teksi

小吃店
duka la vitafunio

行人
mtembea kwa migu

人行道
njia ya waenda kwa miguu

斑马线
kivuko

垃圾箱
pipa

十字路口
kuvuka

红绿灯
taa za trafiki

小屋

kibanda

公寓

gorofa

火车站

kituo cha treni

市政厅

ukumbi wa mji

博物馆

Makavazi

学校

shule

大学

chuo kikuu

银行

benki

医院

hospitali

酒店

hoteli

药房

duka la dawa

办公室

ofisi

书店

duka la kitabu

商店

duka

花店

duka la maua

超市

dukakuu

市场

soko

百货商店

idara ya kuhifadhi

鱼店

mwuza samaki

购物中心

kituo cha ununuzi

海港

bandari

公园
Hifadhi

长凳
benki

桥
daraja

楼梯
vidato

地铁
chini ya ardhi

隧道
handaki

公交车站
kituo cha mabasi

酒吧
bar

餐馆
mgahawa

邮筒
sanduku la posta

路标
ishara ya barabara

停车计时器
mita ya maegesho

动物园
bustani ya wanyama

游泳馆
kidimbwi cha kuogelea

清真寺
msikiti

农场
shamba

污染
uchafuzi

墓地
makaburini

教堂
kanisa

操场
uwanja wa michezo

寺庙
hekalu

地形
mazingira

树叶
jani

指示牌
ishara ya mwelekeo

路
njia

草地
malisho

石头
jiwe

徒步旅行者
mtembeaji wa masafa

树
mti

河
mto

草
nyasi

花
ua

峡谷

bonde

山

kilima

湖

ziwa

森林

msitu

沙漠

jangwa

火山

volkano

城堡

ngome

彩虹

upinde wa mvua

蘑菇

uyoga

棕榈树

mtende

蚊子

mbu

苍蝇

kuruka

蚂蚁

chungu

蜜蜂

nyuki

蜘蛛

buibui

甲虫
mende

青蛙
chura

松鼠
kuchakuro

刺猬
nungunungu

野兔
sungura

猫头鹰
bundi

鸟
ndege

天鹅
swan

野猪
nguruwe mwitu

鹿
kulungu

麋鹿
aina ya kongoni

水坝
bwawa

风力发电机
tabo ya upepo

太阳能电池板
nishaji ya jua

气候
hali ya hewa

服务员
mhudumu

菜单
menyu

椅子
kiti

披萨饼
piza

汤
supu

桌布
kitambaa cha mezani

餐具
vilia

前菜
kiamsha hamu

主菜
kozi kuu

甜点
kitindamlo

饮料
vinywaji

食物
chakula

瓶子
chupa

快餐

chakula cha haraka

街边小吃

Streetfood

茶壶

buli

糖盒

kisanduku cha sukari

一份饭菜

sehemu

意式咖啡机

mashine ya espresso

高脚椅

kiti kirefu

账单

muswada

托盘

trei

刀

kisu

餐叉

uma

勺子

kijiko

茶匙

kijiko cha chai

餐巾

nepi

玻璃杯

glasi

碟子

sahani

汤盘

sahani ya supu

碟子

sufuria

酱

mchuzi

盐瓶

kichanyaji chumvi

胡椒磨

kinu cha pilipili

醋

siki

食用油

mafuta

调味料

viungo

番茄酱

kechapu

芥末

haradali

蛋黄酱

kachumbari nzito

超市
dukakuu

特价
ofa maalum

顾客
mteja

乳制品
maziwa

购物车
toroli

水果
matunda

FOR

肉铺

mchinjaji

面包房

mwokaji

称重

uzito

蔬菜

mboga

肉

nyama

冷冻食品

chakula waliohifadhiwa

冷盘
pande vya nyama baridi

罐头食品
chakula cha kopo

洗衣粉
sabuni ya unga

甜食
pipi

日用品
bidhaa za kaya

清洁用品
bidhaa za kusafisha

销售员
mtu mauzo

收银机
mpaka

收银员
keshia

购物清单
orodha ya manunuzi

开放时间
masaa ya ufunguzi

钱包
mkoba

信用卡
kadi

袋子
mfuko

塑料袋
mfuko wa plastiki

水

maji

果汁

sharubati

牛奶

maziwa

可乐

coke

红酒

mvinyo

啤酒

bia

酒

pombe

可可

kakao

茶

chai

咖啡

kahawa

意式浓缩咖啡

spreso

卡布奇诺

kapuchino

香蕉

ndizi

苹果

tufaha

橙子

machungwa

西瓜

tikiti

柠檬

lemon

胡萝卜

karoti

大蒜

kitunguu saumu

竹子

mianzi

洋葱

kitunguu

蘑菇

uyoga

坚果

karanga

面条

nudo

意大利面条

spageti

米饭

mpunga

沙拉

saladi

薯条

vibanzi

炸土豆

viazi vya kukaanga

披萨饼

piza

汉堡包

hambaga

三明治

sandwichi

炸猪排

kipande

火腿

paja la mnyama

萨拉米

salami

香肠

soseji

鸡肉

kuku

烤肉

choma

鱼

samaki

燕麦片

oats ya uji

穆兹利

muesli

玉米片

cornflakes

面粉

unga

羊角面包

kroisanti

面包卷

andazi

面包

mkate

烤面包

mkate wa kubanika

饼干

biskuti

黄油

siagi

凝乳

maziwa mgando

蛋糕

keki

蛋

yai

煎蛋

yai kukaanga

奶酪

jibini

冰激凌

aiskrimu

糖

sukari

蜂蜜

asali

果酱

jemu

巧克力酱

kuenea kwa chokoleti

咖喱饭

mchuzi wa viungo

农舍
▶ nyumba ya kilimo

粮仓
▶ ghalani

稻草捆
▶ majani bale

田野
uwanja

马
▶ farasi

拖车
trela

马驹
mtoto

拖拉机
trekta

驴
▶ punda

羊
kondoo

羔羊
mwanakondoo

山羊
....
mbuzi

奶牛
....
ng'ombe

牛犊
....
ndama

猪
....
nguruwe

小猪
....
mwananguruwe

公牛
....
fahali

鹅

batabukini

鸭

bata

小鸡

kifaranga

母鸡

kuku

公鸡

jogoo

鼠

panya

猫

paka

老鼠

panya

牛

ng'ombe

狗

mbwa

狗屋

nyumba ya mbwa

花园浇水软管

bomba la bustani

洒水壶

debe la kumwagilia maji

长柄大镰刀

fyekeo

犁

kulima

镰刀

mundu

锄头

jembe

长柄草耙

uma wa nyasi

斧头

shoka

独轮手推车

toroli

饲料槽

kupitia nyimbo

牛奶罐

chombo cha maziwa

麻布袋

gunia

栅栏

ua

马厩

imara

温室

chafu

土壤

udongo

种子

mbegu

肥料

mbolea

联合收割机

kivunaji

收割

mavuno

收割

mavuno

山药

viazi vikuu

小麦

ngano

大豆

soya

土豆

viazi

玉米

mahindi

油菜籽

rapa

果树

mti wa matunda

树薯

muhogo

谷物

nafaka

烟囱
chimni

屋顶
paa

落水管
bomba la maji ya mvua

窗户
dirisha

车库
gareji

门铃
kengele ya mlangoni

门
mlango

垃圾桶
pipa la taka

信箱
sanduku la barua

花园
bustani

客厅
sebuleni

浴室
bafu

厨房
jikoni

卧室
chumba cha kulala

儿童房
chumba ya mtoto

餐厅
chumba cha kulia

地板

sakafu

墙壁

ukuta

吊顶

dari

地窖

pishi

桑拿

sauna

阳台

roshani

露台

mtaro

游泳池

kidimbwi

割草机

mashine ya kukata nyasi

被单

karatasi

床罩

kitambaa cha kupamba kitanda

床

kitanda

扫帚

ufagio

水桶

ndoo

开关

kubadili

壁纸
mandhari

照片
picha

台灯
taa

搁架
rafu

橱柜
kabati

电视机
televisheni/runinga

壁炉
mekoni

花
ua

垫子
mto

沙发
sofa

花瓶
chombo cha maua

遥控器
kitenzambali

地毯
zulia

窗帘
pazia

餐桌
meza

椅子
kiti

摇椅
kiti cha bembea

扶手椅
armchair

书

kitabu

毯子

blanketi

装饰品

mapambo

木柴

kuni

电影

filamu

高保真音响

kifaa cha hi-fi

钥匙

ufunguo

报纸

gazeti

油画

uchoraji

海报

bango

收音机

redio

笔记本

daftari

吸尘器

kifyonza

仙人掌

dungusi kakati

蜡烛

mshumaa

冰箱
jokofu

微波炉
kikanza

厨房秤
wadogo jikoni

烤面包机
kibaniko

洗洁精
sabuni

冰柜
friza

烤箱
stovu

垃圾桶
pipa la taka

洗碗机
mashine ya kuoshea vyombo

炊具

jiko la kupika

锅

chungu

铸铁锅

sufuria ya chuma

炒锅

wok / kadai

平底锅

kaango

水壶

birika

蒸锅

stima

烤盘

sinia ya kuoka

陶瓷锅

vyombo vya udongo

马克杯

kombe

碗

bakuli

筷子

vijiti vya kulia

长柄勺

ukawa

铲子

mwiko mpana

搅拌器

burashi

滤网

kichujio

筛子

chujio

磨碎机

mbuzi

研钵

chokaa

烧烤

barbeque

明火

moto wazi

菜板

ubao wa majaribio

擀面杖

kijiti cha kusukuma unga

开瓶器

kizibuo

罐子

kopo

开罐器

inaweza kopo

隔热手套

kishikio cha chungu

水槽

karo

刷子

brashi

海绵

sifongo

搅拌机

kisagaji matunda

冷藏箱

friji ya kina

奶瓶

chupa ya mtoto

水龙头

bomba

浴室
bafu

供暖设备
joto

淋浴
mfereji wa kuogea

毛巾
taulo

浴帘
pazia la kuogea

泡沫浴
maji ya kuoga yenye povu

浴缸
hodhi

玻璃杯
glasi

洗衣机
mashine ya kuosha

瓷砖
vigae

水龙头
bomba

便壶
poti

水槽
karo

厕所
choo

蹲便器
choo cha squat

坐浴器
beseni la mviringo

小便池
choo cha umma

厕纸
shashi

马桶刷
brashi ya choo

牙刷

mswaki

牙膏

dawa ya meno

牙线

dawa ya meno

洗

safisha

手持式喷淋头

kuoga mkono

冲洗器

msukumo wa maji

洗脸盆

bonde

擦背刷

mpako wa pili

肥皂

sabuni

沐浴露

jeli ya kuogea

洗发水

shampuu

法兰绒

flana

排水

toa maji

乳霜

krimu

除臭剂

kiondoa harufu

镜子

kioo

手镜

kioo mkono

剃须刀

kinyozi

剃须泡沫

povu la kunyoa

须后水

baada ya kunyoa

梳子

kichana

刷子

brashi

吹风机

kikausha nywele

喷发定型剂

marashi ya nyewele

化妆品

vipodozi

唇膏

kidomwa

指甲油

varnish ya msumari

化妆棉

pamba

指甲剪

mkasi wa kucha

香水

manukato

洗漱包

mkoba wa kuosha

凳子

kinyesi

计重秤

mizani

浴袍

nguo ya kuoga

橡胶手套

glavu za mpira

卫生棉条

kisodo

卫生巾

sodo

化学厕所

kemikali choo

儿童房

chumba ya mtoto

闹钟
saa ya kengele

毛绒玩具
kidoli cha kupakata

玩具车
gari bandia

拨浪鼓
kelele

玩具屋
chumba cha midoli

礼物
sasa

气球
baluni

床
kitanda

（洋娃娃用）婴儿车
mashua

扑克牌
staha ya kadi

拼图
mchezo-fumb

漫画
vichekesho

42   儿童房 - chumba ya mtoto

乐高积木

matofali lego

积木玩具

vitalu mwigo

玩具人

hatua takwimu

婴儿服

suti ya kulalia

飞盘

kisahani

床铃玩具

simu

棋盘游戏

ubao wa michezo

骰子

kete

火车模型

garimoshi mwigo

安抚奶嘴

dummy

聚会

chama

绘本

picha kitabu

球

mpira

洋娃娃

kikaragosi

玩

kucheza

沙坑

shimo la mchanga

秋千

bembea

玩具

vitu bandia

游戏机

kiweko cha video ya
mchezo

三轮车

baiskeli ya magurudumu

泰迪熊

mwanasesere

matatu

衣柜

kabati

衣服

nguo

袜子

soksi

长袜

stokingi

紧身裤

kibano

围巾
skafu

皮带
ukanda

雨伞
mwavuli

T恤
fulana

运动鞋
wakufunzi

靴子
viatu

拖鞋
ndara

凉鞋
malapa

鞋
viatu

雨靴
mabuti ya mpira

内裤
suruali ya ndani

胸罩
sidiria

背心
fulana

身体
mwili

裤子
suruali

牛仔裤
dangirizi

短裙
sketi

女式衬衫
blauzi

衬衫
shati

套头衫
vuta

卫衣
sweta

西装夹克
bleza

夹克
jaketi

外套
koti

雨衣
koti la mvua

套装
maleba

连衣裙
gauni

婚纱
mavazi ya harusi

西装
suti

睡袍
vazi la usiku

睡衣
pajama

莎丽
sari

头巾
skafu

包头巾
kilemba

波卡
burka

卡夫坦
kaftan

(阿拉伯式)长袍长袍
abaya

泳衣
vazi la kuogelea

男式泳裤
vazi la kiume la kuogelea

短裤
kaptura

运动服
teitei

围裙
aproni

手套
glavu

纽扣

kifungo

眼镜

glasi

手链

bangili

项链

mkufu

戒指

pete

耳环

herini

便帽

kofia

衣架

kiango cha koti

帽子

kofia

领带

tai

拉链

zipu

头盔

kofia

背带

kanda za suruali

校服

sare za shule

制服

sare

围兜
....
bibu

安抚奶嘴
....
dummy

尿不湿
....
nepi

服务器
seva

文件柜
kabati la kuweka faili

打印机
kichapishaji

显示屏
kiwambo

纸
karatasi

办公桌
dawati

鼠标
kipanya

文件夹
folda

键盘
kibodi

cha kuweka karatasi chafu

电脑
kompyuta

椅子
kiti

咖啡杯
....
kmobe la kahawa

计算器
....
kikokotoo

因特网
....
biashara

笔记本电脑
mbali

信件
barua

消息
ujumbe

手机
rununu

网络
intaneti

复印机
fotokopia

软件
programu

电话
simu

插座
soketi

传真机
kipepesi

表格
fomu

文件
hati

买
kununua

付钱
kulipa

交易
biashara

现金
fedha

 USD

美元
dola

 EUR

欧元
yuro

 JPY

日元
yeni

 RUB

卢布
rouble

 CHF

瑞士法郎
faranga ya Uswisi

 CNY

人民币
renminbi yuan

 INR

卢比
rupia

提款处
eneo la kulipia

外币兑换处

ofisi ya ubadilishanaji

金

dhahabu

银

fedha

石油

mafuta

能源

nishati

价格

bei

合同

mkataba

税金

kodi

股票

bidhaa

工作

kazi

职员

mfanyakazi

老板

mwajiri

工厂

kiwanda

商店

duka

警官
afisa wa polisi

消防员
mzimamoto

厨师
mpishi

医生
daktari

飞行员
rubani

园丁
mtunza bustani

木匠
seremala

裁缝
mshonaji

法官
hakimu

化学家
mwanakemia

演员
muigizaji

公交车司机

dereva wa basi

出租车司机

dereva wa teksi

渔夫

mvuvi

清洁女工

mwanamke wa kusafisha

屋顶工

mwezekaji

服务员

mhudumu

猎人

mwindaji

画家

mchoraji

面包师

mwokaji

电工

umeme

建筑工人

mjenzi

工程师

mhandisi

屠夫

mchinjaji

水管工

fundi bomba

邮递员

mwanaposta

士兵

mwanajeshi

建筑师

msanifu majengo

收银员

keshia

花农

muuza maua

理发师

msusi

售票员

kondakta

机械师

mekanika

船长

nahodha

牙医

daktari wa meno

科学家

mwanasayansi

拉比

rabbi

伊玛目

imamu

和尚

mtawa

牧师

kasisi

工具
zana

铁锤
nyundo

钳子
koleo

螺丝刀
bisibisi

扳手
spana

手电筒
kurunzi

挖掘机

mchimbaji

工具箱

sanduku la vifaa

梯子

ngazi

锯子

msumeno

钉子

misumari

钻机

kuchimba visima

修
kukarabati

铲子
sepetu

靠！
Lo!

簸箕
kishikio cha uchafu

油漆桶
chungu cha rangi

螺丝
skurubu

乐器
ala za muziki

扬声器
spika

打击乐器
mpangilio wa ngoma

吉他
gita

低音提琴
besi mara mbili

小号
tarumbeta

钢琴

piano

小提琴

fidla

贝斯

ubeji

定音鼓

timpani

鼓

ngoma

电子琴

kibodi

萨克斯管

saksafoni

长笛

filimbi

麦克风

maikrofoni

动物园

bustani ya wanyama

老虎
simbamarara

入口
lango la kuingia

笼子
ngome

斑马
pundamilia

动物饲料
chakula cha mifugo

熊猫
panda

动物

wanyama

大象

tembo

袋鼠

kangaruu

犀牛

kifaru

大猩猩

sokwe

熊

dubu

骆驼

ngamia

鸵鸟

mbuni

狮子

simba

猴子

tumbili

火烈鸟

heroe

鹦鹉

kasuku

北极熊

dubu

企鹅

penguini

鲨鱼

papa

孔雀

tausi

蛇

nyoka

鳄鱼

mamba

动物园管理员

mtunza wanyama

海豹

muhuri

美洲豹

jaguar

矮种马

mwanafarasi

豹

chui

河马

kiboko

长颈鹿

twiga

老鹰

tai

野猪

nguruwe mwitu

鱼

samaki

龟

kobe

海象

sili

狐狸

mbweha

羚羊

paa

橄榄球
soka ya marekani

骑自行车
uendeshaji baiskeli

网球
tenisi

篮球
mpira wa kikapu

游泳
kuogelea

拳击
ndondi

冰球
magongo ya barafuni

英式足球
soka

羽毛球
vinyoya

田径
riadha

手球
mpira wa mikono

滑雪
skii

马球
polo

跳
kuruka

笑
cheka

拥抱
kumbatia

走路
kutembea

唱
kuimba

做梦
ota ndoto

祈祷
kuomba

亲吻
busu

书写
kuandika

画
kuteka

展示
angalia

推
sukuma

给
kutoa

拿
kuchukua

有
kuwa

做
fanya

当
kuwa

站
kusimama

跑
kukimbia

拉
vuta

扔
kutupa

摔倒
kuanguka

躺
hadaa

等待
kusubiri

携带
kubeba

坐
kukaa

穿衣
vaa nguo

睡觉
usingizi

醒来
kuamka

看

kuangalia

哭

lia

抚摸

kiharusi

梳头

chana nywele

交谈

ongea

明白

kuelewa

问

kuuliza

听

kusikiliza

喝

kunywa

吃

kula

清理

nadhifisha

爱

upendo

做饭

mpishi

开车

gari

飞

kuruka

航行

meli

计算

kokotoa

读

kusoma

学习

kujifunza

工作

kazi

结婚

kuoa

缝

kushona

刷牙

piga mswaki

杀

kuua

抽烟

moshi

寄

kutuma

祖母
bibi

祖父
babu

父亲
baba

母亲
mama

婴童
mtoto

女儿
binti

儿子
bin

客人

mgeni

阿姨

shangazi

叔叔

mjomba

兄弟

kaka

姐妹

dada

身体

mwili

前额
paji la uso

眼睛
jicho

脸
uso

下巴
kidevu

乳房
matiti

手指
kidole

手
mkono

手臂
mkono

肩膀
bega

腿
mguu

婴童
mtoto

男人
mwanamume

女人
mwanamke

女孩
msichana

男孩
mvulana

头
kichwa

背部

nyuma

肚子

tumbo

肚脐

kitovu

脚趾

chano

脚后跟

kisigino

骨头

mfupa

臀部

nyonga

膝盖

goti

手肘

kiwiko

鼻子

pua

屁股

chini

皮肤

ngozi

脸颊

shavu

耳朵

sikio

嘴唇

mdomo

身体 - mwili

嘴

kinywa

牙齿

jino

舌头

ulimi

脑

ubongo

心脏

moyo

肌肉

misuli

肺

pafu

肝脏

ini

胃

tumbo

肾脏

figo

性交

jinsia

避孕套

kondomu

卵子

ovari

精子

shahawa

怀孕

mimba

身体 - mwili

月经

hedhi

阴道

uke

阴茎

uume

眉毛

unyusi

头发

nywele

脖子

shingo

医院
hospitali

救护车
gari la wagonjwa

轮椅
kiti cha magurudumu

骨折
jeraha

医生
daktari

急诊室
chumba cha dharura

护士
muuguzi

紧急情况
dharura

昏迷
kupoteza fahamu

痛
maumivu

受伤
kuumia

出血
kutokwa na damu

心脏病发作
mshtuko wa moyo

中风
kiharusi

过敏
mzio

咳嗽
kikohozi

发烧
homa

流感
mafua

腹泻
kuharisha

头痛
maumivu ya kichwa

癌症
kansa

糖尿病
ugonjwa wa kisukari

外科医生
daktari mpasuaji

手术刀
kisu kidogo cha kupasulia

手术
operesheni

CT

picha changanufu ya mwili

X光

Eksrei

超声波

mawimbi sauti

口罩

barakoa ya uso

疾病

ugonjwa

候诊室

chumba cha kusubiri

拐杖

mkongojo

石膏

plasta

绷带

bendeji

注射

sindano

听诊器

stetoskopu

担架

machela

体温计

kipimajoto cha kliniki

出生

kuzaliwa

超重

unene kupita kiasi

助听器
kusikia misaada

消毒液
kipukusi

感染
maambukizi

病毒
virusi

艾滋病
VVU / UKIMWI

药物
dawa

接种疫苗
chanjo

药片
vidonge

药丸
kidonge

急救电话
simu ya dharura

血压计
haemodainamometa

生病/健康
mgonjwa / mwenye afya

救命！
Msaada!

警报
kengele

突击
pigo

攻击
shambulizi

危险
hatari

紧急出口
lango la dharura

着火啦！
Moto!

灭火器
kizima moto

意外
ajali

急救箱
vifaa vya huduma ya
kwanza

呼救信号
wito wa msaada

警察
polisi

欧洲

Ulaya

北美洲

Amerika ya Kaskazini

南美洲

Amerika ya Kusini

非洲

Afrika

亚洲

Asia

澳洲

Australia

大西洋

Atlantiki

太平洋

Pasifiki

印度洋

Bahari ya Hindi

南冰洋

Bahari ya Antaktiki

北冰洋

Bahari ya Aktiki

北极

Ncha ya Kaskazini

南极
Ncha ya Kusini

南极洲
Antaktika

地球
dunia

陆地
nchi

海
bahari

岛
kisiwa

国家
taifa

国家
jimbo

钟面

uso wa saa

时针

akrabu ya saa

分针

akrabu ya dakika

秒针

akrabu ya sekunde

现在几点？

Ni saa ngapi?

天

siku

时间

wakati

现在

sasa

电子表

saa ya dijitali

分

dakika

时

saa

周一 Jumatatu
周三 Jumatano
周五 Ijumaa
周二 Jumanne
周六 Jumamosi
周四 Alhamisi
周日 Jumapili

昨天

jana

今天

leo

明天

kesho

早晨

asubuhi

中午

saa sita mchana

晚上

jioni

工作日

siku za biashara

周末

mwishoni mwa wiki

雨
mvua

彩虹
upinde wa mvua

雪
theluji

风
upepo

春
majira ya machipuko

秋
vuli

夏
kiangazi

冬
majira ya baridi

天气预报
utabiri wa hali ya hewa

温度计
kipimajoto

阳光
mwanga wa jua

云
wingu

雾
ukungu

潮湿
unyevu

闪电
umeme

打雷
radi

风暴
dhoruba

冰雹
mvua ya mawe

季风
monsuni

洪水
mafuriko

冰
barafu

一月
Januari

二月
Februari

三月
Machi

四月
Aprili

五月
Mei

六月
Juni

七月
Julai

八月
Agosti

年 - mwaka

九月
....
Septemba

十月
....
Oktoba

十一月
....
Novemba

十二月
....
Desemba

形状

maumbo

圆形
....
mduara

正方形
....
mraba

长方形
....
mstatili

三角形
....
pembetatu

球体
....
nyanja

立方体
....
mchemraba

白
....
nyeupe

黄
....
manjano

橙
....
chungwa

粉
....
rangi ya waridi

红
....
nyekundu

紫
....
hudhurungi

蓝
....
bluu

绿
....
kijani

棕
....
hanja

灰
....
jivujivu

黑
....
nyeusi

很多/少许

mengi / kidogo

生气/平静

hasira / pole

美/丑

nzuri / mbaya

首/尾

mwanzo / mwisho

大/小

kubwa / ndogo

明/暗

angavu / giza

兄弟/姐妹

kaka / dada

干净/肮脏

safi / chafu

完整/缺失

kamilika / tokamilika

白天/晚上

siku / usiku

死/生

wafu / hai

宽/窄

pana / nyembamba

可食用/非食用

kulika / kutolika

邪恶/善良

ovu / ema

兴奋/无聊

sisimkwa / udhika

胖/瘦

nene / nyembamba

第一/最后

kwanza / mwisho

朋友/敌人

rafiki / adui

满/空

jaa / tupu

硬/软

ngumu / laini

重/轻

nzito / nyepesi

饿/渴

njaa / kiu

生病/健康

mgonjwa / mwenye afya

非法/合法

haramu / kisheria

聪明/愚笨

akili / kijinga

左/右

kushoto / kulia

近/远

karibu / mbali

新/旧

mpya / kutumika

没有/有些

kitu / jambo

老/幼

zee / changa

开/关

waka / zima

打开/合上

wazi / fungwa

安静/吵闹

utulivu / kelele

富/穷

tajiri / masikini

对/错

sahihi / kosa

粗糙/光滑

mbaya / laini

伤心/高兴

huzunika / furahia

短/长

fupi / ndefu

慢/快

polepole / haraka

湿/干

nyevu / kavu

温暖/凉爽

joto / baridi

战争/和平

vita / amani

0

零

sufuri

1

一

moja

2

二

mbili

3

三

tatu

4

四

nne

5

五

tano

6

六

sita

7

七

saba

8

八

nane

9

九

tisa

10

十

kumi

11

十一

kumi na moja

12

十二

kumi na mbili

13

十三

kumi na tatu

14

十四

kumi na nne

15

十五

kumi na tano

16

十六

kumi na sita

17

十七

kumi na saba

18

十八

kumi na nane

19

十九

kumi na tisa

20

二十

ishirini

100

百

mia

1.000

千

elfu

1.000.000

百万

milioni

英语

Kiingereza

美式英语

Kiingereza cha Marekani

普通话

Kimandarini cha Uchina

印地语

Kihindi

西班牙语

Kihispania

法语

Kifaransa

阿拉伯语

Kiarabu

俄语

Kirusi

葡萄牙语

Kireno

孟加拉语

Kibengali

德语

Kijerumani

日语

Kijapani

我

mimi

你

wewe

他/她/它

yeye / yeye / ni

我们

sisi

你们

wewe

他们

wao

谁？

nani?

什么？

nini?

怎样？

jinsi gani?

哪里？

wapi?

什么时候？

lini?

名字

jina

后面

nyuma

里面

katika

前面

mbele ya

上方

juu ya

上面

kwenye

下面

chini ya

旁边

kando

中间

kati

地点

mahali